Impressum
Verlag: BABADADA GmbH, Nedderfeld 112 , 22529 Hamburg
Geschäftsführer / Verlagsleitung: Harald Hof
Druck: Books on Demand GmbH, In de Tarpen 42, 22848 Norderstedt

Imprint
Publisher: BABADADA GmbH, Nedderfeld 112 , 22529 Hamburg, Germany
Managing Director / Publishing direction: Harald Hof
Print: Books on Demand GmbH, In de Tarpen 42, 22848 Norderstedt, Germany

trường học

skola

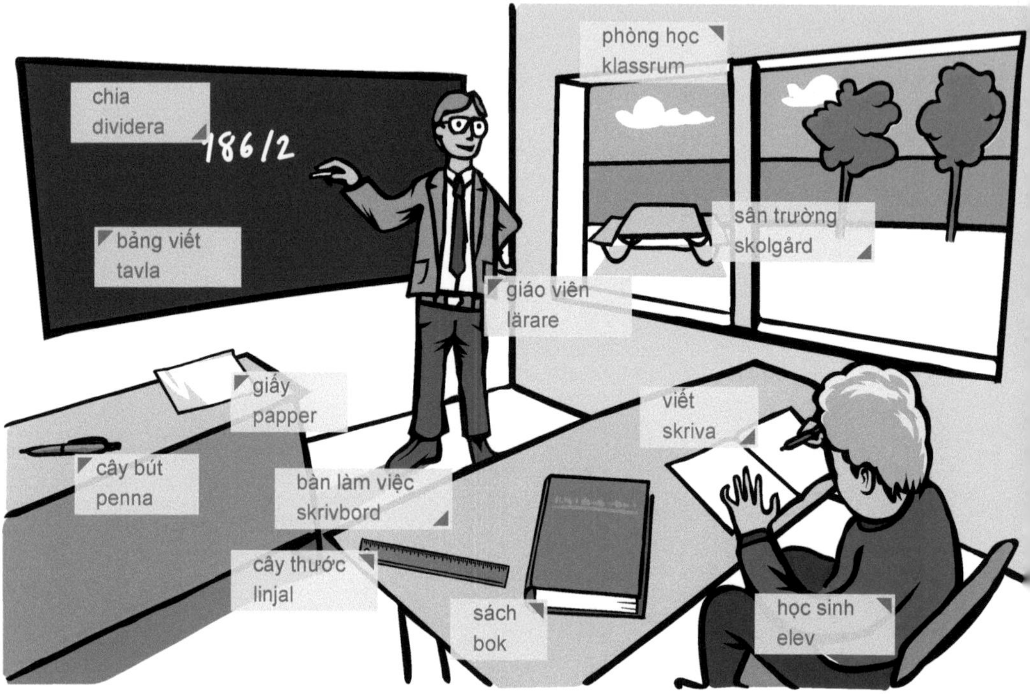
phòng học
klassrum
chia
dividera
186/2
bảng viết
tavla
sân trường
skolgård
giáo viên
lärare
giấy
papper
viết
skriva
cây bút
penna
bàn làm việc
skrivbord
cây thước
linjal
sách
bok
học sinh
elev

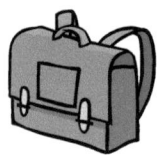

cặp đeo vai học sinh

skolväska

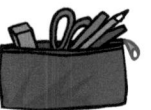

hộp đựng bút

pennfodral

bút chì

blyertspenna

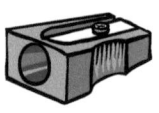

cái gọt bút chì

pennvässare

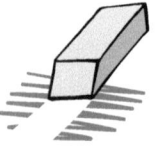

cục tẩy

suddgummi

tập giấy vẽ

ritblock

bản vẽ

teckning

cọ vẽ

pensel

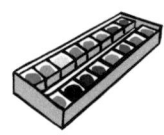

hộp mực vẽ

målarlåda

cây kéo

sax

keo dán

lim

sách bài tập

övningsbok

bài tập ở nhà

hemläxa

12

số

tal

2+2

cộng

addera

5-2

trừ

subtrahera

2×2

nhân

multiplicera

tính toán

räkna

A

chữ cái

bokstav

ABCDEFG
HIJKLMN
OPQRSTU
VWXYZ

bảng chữ cái

alfabet

hello

từ

ord

văn bản

text

đọc

läsa

phấn viết

krita

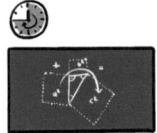

bài học

lektion

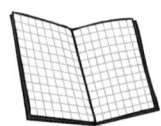

sổ lớp

register

thi kiểm tra

prov

chứng chỉ

intyg

đồng phục học sinh

skoluniform

giáo dục

utbildning

từ điển bách khoa

uppslagsverk

đại học

universitet

kính hiển vi

mikroskop

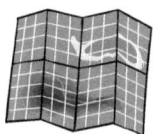

bản đồ

karta

thùng rác giấy

papperskorg

du lịch
resa

Grand
khách sạn
hotell
nhà trọ
vandrarhem
ROOMS
quầy đổi tiền
växelkontor
va li
resväska
xe ô tô
bil

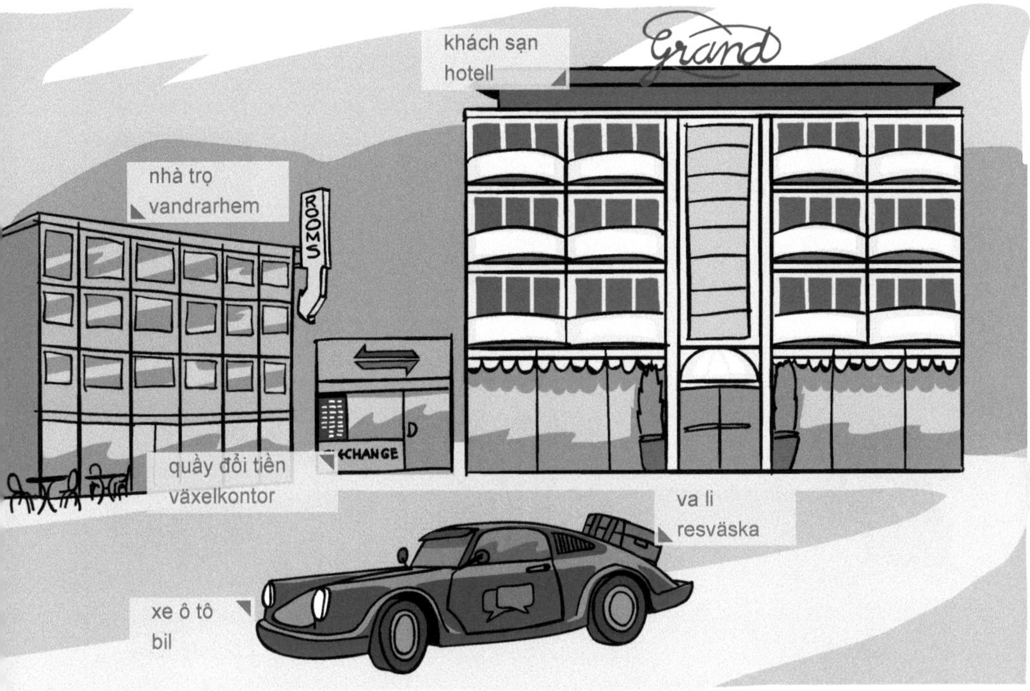

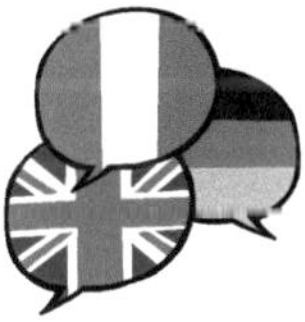

ngôn ngữ
språk

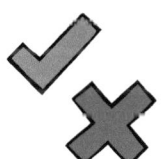

có / không
ja / nej

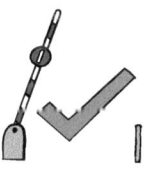

ô kê
Okay

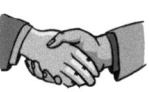

Xin chào
hej

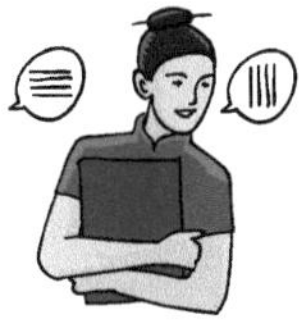

thông dịch viên
översättare

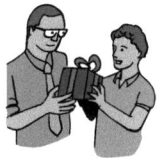

cám ơn
Tack

... bao nhiêu tiều?

hur mycket kostar...?

tôi không hiểu

jag förstår inte

vấn đề

problem

Xin chào! (buổi tối)

God kväll!

xin chào! (buổi sáng)

God morgon!

chúc ngủ ngon!

God natt!

tạm biệt

hejdå

hướng đi

riktning

hành lý

bagage

túi xách

väska

túi ba lô

ryggsäck

khách

gäst

phòng

rum

túi ngủ

sovsäck

lều

tält

thông tin du lịch

turistinformation

bãi biển

strand

thẻ tín dụng

kreditkort

ăn sáng

frukost

ăn trưa

lunch

ăn tối

middag

vé xe

biljett

thang máy

hiss

tem bưu điện

frimärke

biên giới

gräns

hải quan

tull

đại sứ quán

ambassad

thị thực

visum

hộ chiếu

pass

vận chuyển
transport

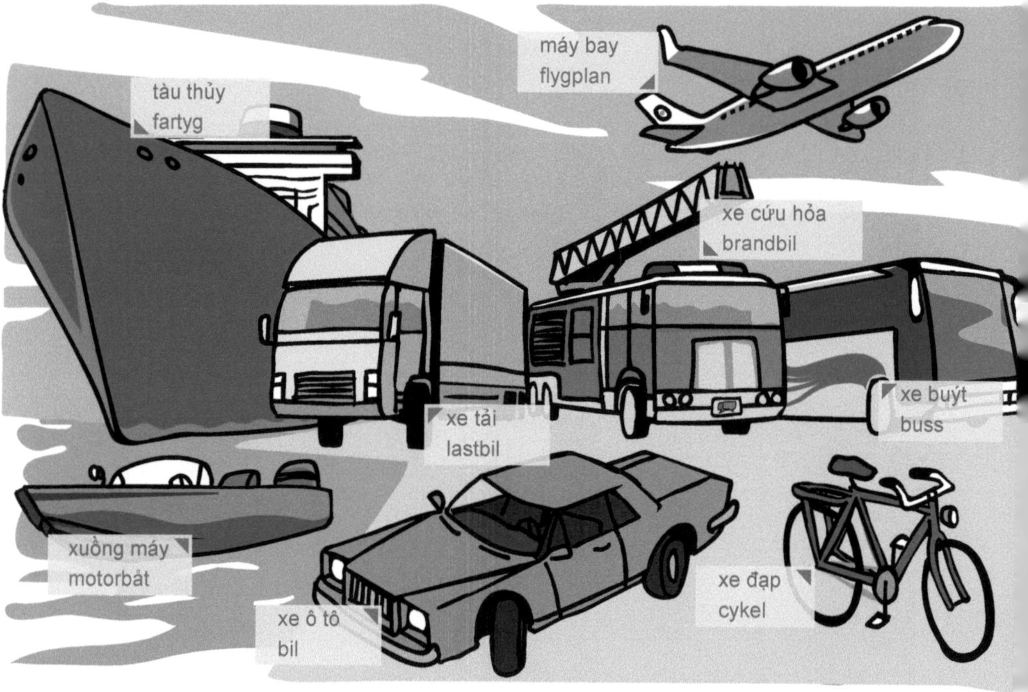

máy bay
flygplan
tàu thủy
fartyg
xe cứu hỏa
brandbil
xe buýt
buss
xe tải
lastbil
xuồng máy
motorbåt
xe đạp
cykel
xe ô tô
bil

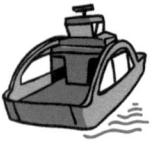

phà

färja

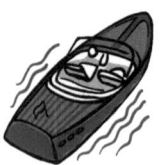

xuồng

båt

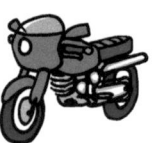

xe máy

motorcykel

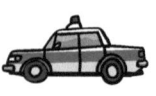

xe cảnh sát

polisbil

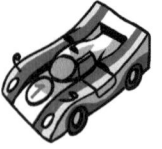

xe đua

racerbil

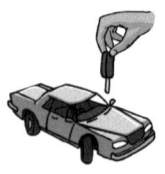

xe cho thuê

hyrbil

dịch vụ thuê xe tự lái

bilpool

xe kéo cứu hộ

bärgningsbil

xe rác

sopbil

động cơ

motor

xăng

bränsle

trạm xăng

bensinstation

biển báo giao thông

vägmärke

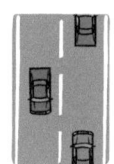

giao thông

trafik

ách tắc giao thông

bilkö

bãi đậu xe

parkeringsplats

nhà ga

tågstation

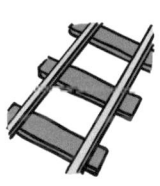

đường ray

räls

xe lửa

tåg

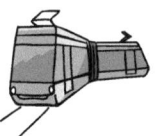

tàu điện

spårvagn

toa xe

vagn

vận chuyển - transport

máy bay trực thăng

helikopter

sân bay

flygplats

tháp

torn

hành khách

passagerare

côngtenơ

container

thùng các-tông

kartong

xe đẩy

vagn

cái giỏ

korg

cất cánh / hạ cánh

starta / landa

thành phố

stad

làng

by

trung tâm thành phố

centrum

nhà

hus

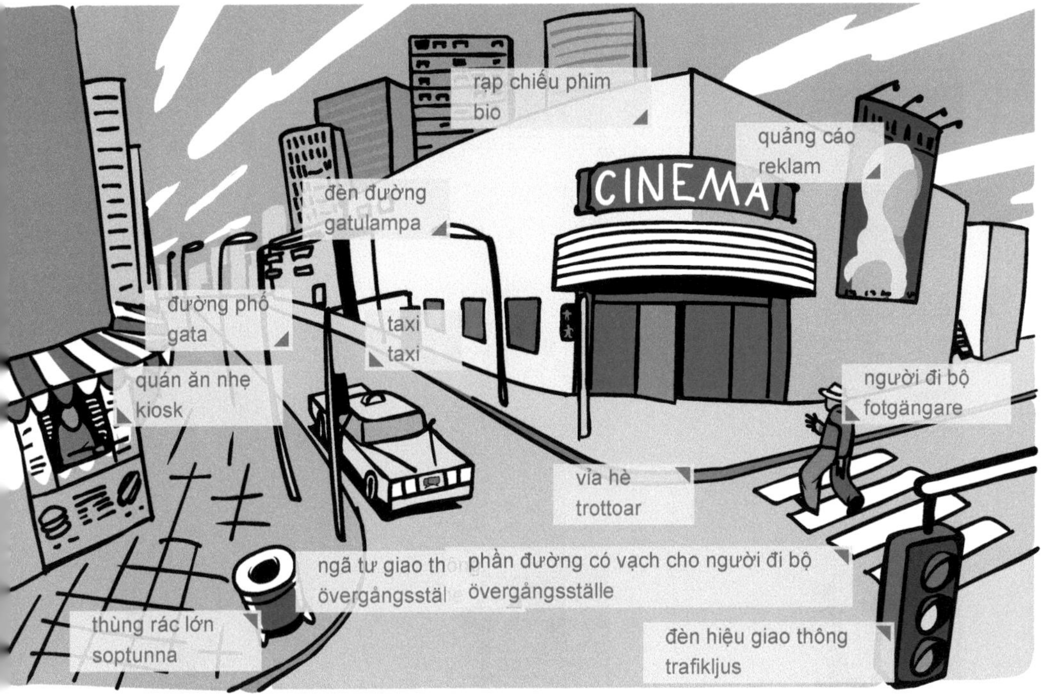

rạp chiếu phim
bio

quảng cáo
reklam

đèn đường
gatulampa

CINEMA

đường phố
gata

taxi
taxi

quán ăn nhẹ
kiosk

người đi bộ
fotgängare

vỉa hè
trottoar

ngã tư giao th phần đường có vạch cho người đi bộ
övergångsstäl övergångsställe

thùng rác lớn
soptunna

đèn hiệu giao thông
trafikljus

nhà chòi
stuga

căn hộ
lägenhet

nhà ga
tågstation

tòa thị chính
stadshus

viện bảo tàng
museum

trường học
skola

đại học

universitet

ngân hàng

bank

bệnh viện

sjukhus

khách sạn

hotell

hiệu thuốc

apotek

văn phòng

kontor

hiệu sách

bokhandel

cửa hiệu

affär

cửa hiệu bán hoa

blomsterbutik

siêu thị

stormarknad

chợ

marknad

cửa hàng bách hóa

varuhus

người bán cá

fiskhandlare

trung tâm mua bán

köpcentrum

bến cảng

hamn

công viên

park

ghế băng

bänk

cầu

brygga

cầu thang

trappa

tàu điện ngầm

tunnelbana

đường hầm

tunnel

trạm xe buýt

busshållplats

quán bar

bar

khách sạn

restaurang

hòm thư công cộng

brevlåda

bảng hiệu đường

gatuskylt

đồng hồ đậu xe

parkeringsautomat

vườn bách thú

zoo

bể bơi

simbassäng

nhà thờ Hồi giáo

moské

nông trại
bondgård

ô nhiễm môi trường
fororening

nghĩa trang
kyrkogård

nhà thờ
kyrka

sân chơi
lekplats

ngôi đền
tempel

phong cảnh
landskap

lá cây
löv

bảng chỉ đường
vägskylt

lối đi
väg

bãi cỏ
äng

hòn đá
sten

người đi bộ đường dài
liftare

cây
träd

sông
flod

cỏ
gräs

bông hoa
blomma

thung lũng
dal

đồi
kulle

hồ nước
sjö

rừng
skog

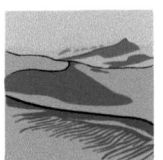

sa mạc
öken

núi lửa
vulkan

lâu đài
slott

cầu vồng
regnbåge

nấm
svamp

cây cọ
palm

con muỗi
mygga

con ruồi
fluga

con kiến
myra

con ong
bi

con nhện
spindel

bọ cánh cứng

skalbagge

con ếch

groda

con sóc

ekorre

con nhím

igelkott

con thỏ

hare

con cú

uggla

con chim

fågel

thiên nga

svan

heo rừng

vildsvin

con hươu

rådjur

nai sừng tấm

älg

đê

damm

tuabin gió

vindkraftverk

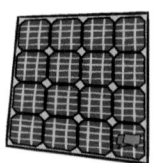

tấm năng lượng mặt trời

solcellspanel

khí hậu

klimat

bồi bàn
servitör

thực đơn
meny

ghế
stol

súp
soppa

bánh pizza
pizza

bộ dao nĩa ăn
bestick

khăn trải bàn
bordsduk

món ăn khai vị
förrätt

món ăn chính
huvudrätt

món tráng miệng
dessert

thức uống
drycker

thức ăn
mat

cái chai
flaska

thức ăn nhanh

snabbmat

thức ăn đường phố

street food

ấm trà

tekanna

hộp đường

sockerskål

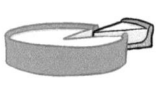

khẩu phần

portion

máy pha espresso

espressomaskin

ghế cao

barnstol

hóa đơn

räkning

khay

bricka

dao

kniv

nĩa

gaffel

thìa

sked

thìa uống trà

tesked

khăn ăn

servett

cốc thủy tinh

glas

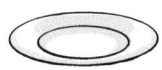

đĩa
....
tallrik

đĩa súp
....
sopptallrik

đĩa lót cốc
....
tefat

nước sốt
....
sås

lọ muối
....
saltkar

cái xay tiêu
....
pepparkvarn

giấm
....
vinäger

dầu
....
olja

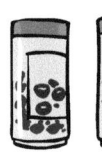

gia vị
....
kryddor

nước xốt cà chua
....
ketchup

tương hạt cải
....
senap

nước sốt mayonnaise
....
majonnäs

siêu thị
stormarknad

chào giá đặc biệt
specialerbjudande
khách hàng
kund
sản phẩm từ sữa
mejeriprodukter
trái cây
frukt
xe đẩy mua sắm
varukorg
FOR

BUTCHERS

lò mổ

charkuteri

BAKERY

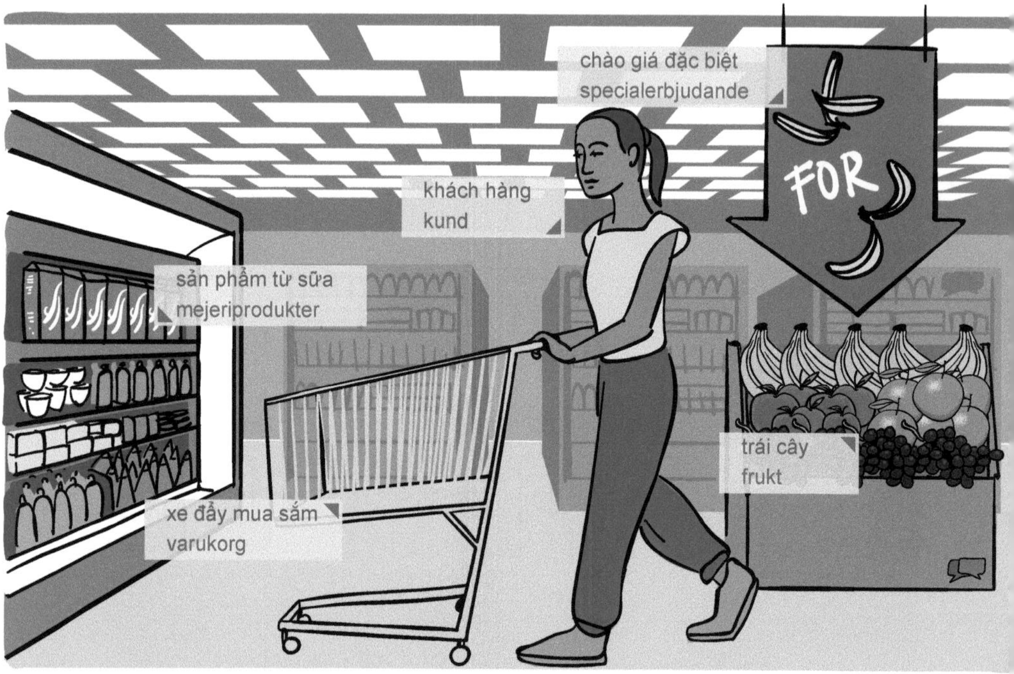

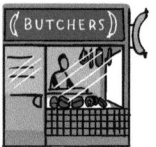

cửa hiệu bán bánh mì

bageri

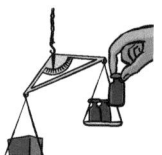

cân nặng

väga

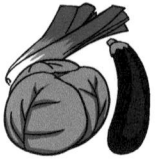

rau quả

grönsaker

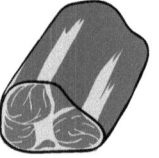

thịt

kött

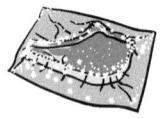

thức ăn đông lạnh

frysta livsmedel

lát thịt nguội
pålägg

đồ hộp
konserver

bột giặt
tvättmedel

đồ ngọt
godis

sản phẩm dùng trong gia đình
hushållsprodukter

chất tẩy rửa
rengöringsmedel

người bán hàng
försäljare

quầy trả tiền
kassa

nhân viên thu ngân
kassör

danh sách mua sắm
inköpslista

giờ mở cửa
öppettider

ví tiền
plånbok

thẻ tín dụng
kreditkort

túi đeo
väska

túi ny lông
plastpåse

nước

vatten

nước quả ép

juice

sữa

mjölk

coca-cola

cola

rượu vang

vin

bia

öl

cồn

alkohol

cacao

kakao

trà

te

cà phê

kaffe

espresso

espresso

cappuccino

cappuccino

chuối

banan

quả táo

äpple

quả cam

apelsin

dưa hấu

melon

chanh

citron

cà rốt

morot

tỏi

vitlök

tre

bambu

củ hành

lök

nấm

svamp

hạt dẻ

nötter

mì

nudlar

mì spaghetti

spaghetti

cơm

ris

xà lách

sallad

khoai tây chiên

pommes frites

khoai tây chiên

stekt potatis

bánh pizza

pizza

bánh hamburger

hamburgare

bánh mì sandwich

smörgås

thịt côtlet

schnitzel

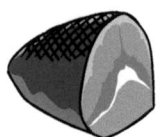

thịt giăm bông

skinka

xúc xích

salami

dồi

korv

gà

kyckling

rán

stek

cá

fisk

cháo yến mạch

havregryn

cháo muesli

müsli

bánh bột ngô nướng

cornflakes

bột mì

mjöl

bánh sừng bò

croissant

bánh mì

fralla

bánh mì

bröd

bánh mì nướng

rostat bröd

bánh bích quy

kex

bơ

smör

sữa đông

kvarg

bánh ngọt

kaka

trứng

ägg

trứng rán

stekt ägg

pho mát

ost

kem

glass

đường

socker

mật ong

honung

mứt

sylt

kem nougat

nougatkräm

cà ri

curry

nhà nông trại
lantgård

kiện rơm
halmbal

nhà vựa
ladugård

cánh đồng
fält

con ngựa
häst

xe moóc
trailer

ngựa con
föl

máy kéo
traktor

con lừa
åsna

con cừu
får

cừu con
lamm

con dê

get

con bò

ko

con bê

kalv

con lợn

gris

lợn con

griskulting

bò đực

tjur

con ngỗng

gås

con vịt

anka

gà con

kyckling

gà mái

höna

gà trống

tupp

con chuột

råtta

mèo

katt

chuột nhắt

mus

bò đực

oxe

con chó

hund

nhà chuồng chó

hundkoja

ống tưới vườn cây

trädgårdsslang

thùng tưới cây

vattenkanna

lưỡi hái

lie

cái cày

plog

cái liềm

skära

cái cuốc

hacka

cái chĩa

högaffel

cái rìu

yxa

xe cút kít

skottkärra

máng ăn

tråg

lọ sữa

mjölkflaska

bao tải

säck

hàng rào

staket

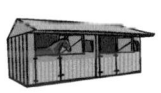

chuồng

stall

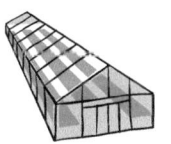

nhà kính trồng cây

växthus

đất trồng

jord

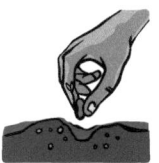

hạt giống

säd

phân bón

gödsel

máy gặt đập liên hợp

skördetröska

thu hoạch

skörda

mùa thu hoạch

skörd

khoai lang

jams

lúa mì

vete

đậu nành

soja

khoai tây

potatis

ngô

majs

hạt cải dầu

raps

cây ăn trái

fruktträd

sắn

maniok

ngũ cốc

spannmål

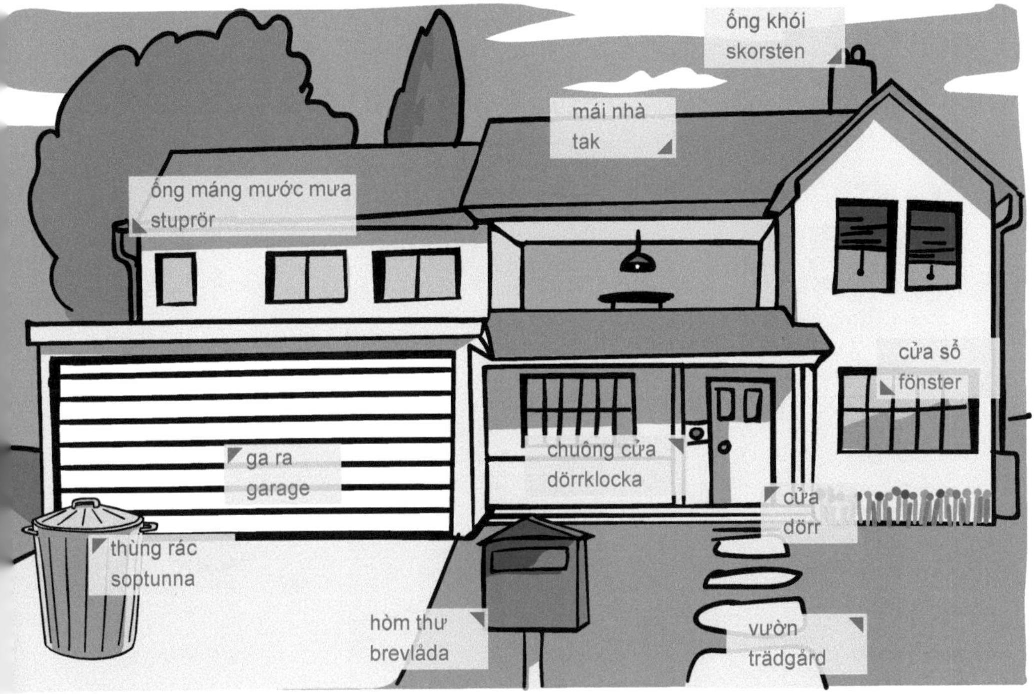

ống khói
skorsten

mái nhà
tak

ống máng mước mưa
stuprör

cửa sổ
fönster

ga ra
garage

chuông cửa
dörrklocka

cửa
dörr

thùng rác
soptunna

hòm thư
brevláda

vườn
trädgård

phòng khách

vardagsrum

phòng tắm

badrum

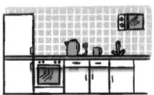

bếp

kök

phòng ngủ

sovrum

phòng trẻ em

barnrum

phòng ăn

matsal

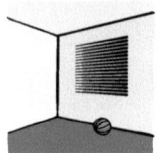

nền nhà

golv

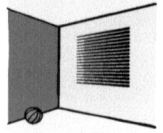

tường

vägg

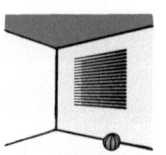

trần nhà

tak

tầng hầm

källare

tắm hơi

bastu

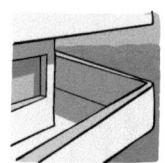

ban công

balkong

sân hiên

terrass

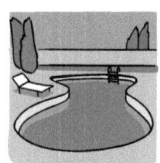

bể bơi

bassäng

máy cắt cỏ

gräsklippare

khăn trải giường

lakan

khăn trải giường

överkast

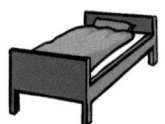

giường

säng

chổi

kvast

cái xô

hink

công tắc điện

strömbrytare

phòng khách
vardagsrum

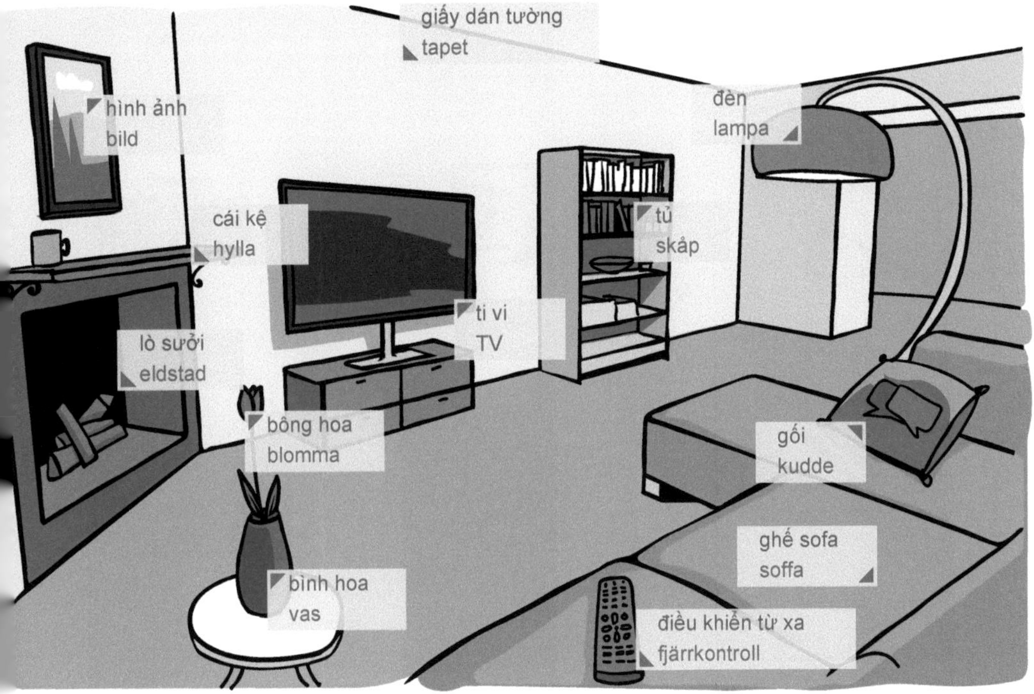

giấy dán tường
tapet
hình ảnh
bild
đèn
lampa
cái kệ
hylla
tủ
skåp
ti vi
TV
lò sưởi
eldstad
bông hoa
blomma
gối
kudde
ghế sofa
soffa
bình hoa
vas
điều khiển từ xa
fjärrkontroll

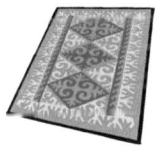

thảm

matta

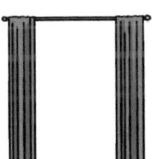

rèm

gardin

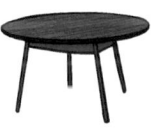

cái bàn

bord

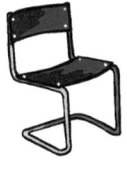

ghế

stol

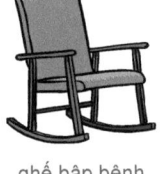

ghế bập bênh

gungstol

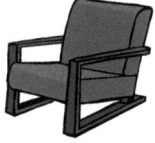

ghế bành

fåtölj

sách
bok

cái chăn
filt

đồ trang trí
dekoration

củi
vedträ

phim
film

máy hi-fi
stereoanläggning

chìa khóa
nyckel

báo
dagstidning

bức tranh
målning

áp phích
poster

radio
radio

sổ ghi chép
anteckningsbok

máy hút bụi
dammsugare

cây xương rồng
kaktus

cây nến
stearinljus

tủ lạnh
kylskåp

lò viba
mikrovågsugn

cái cân trong bếp
köksvåg

máy nướng bánh
brödrost

chất tẩy rửa
rengöringsmedel

lò nướng
ugn

ngăn tủ đông lạnh
frys

thùng rác
soptunna

máy rửa bát
diskmaskin

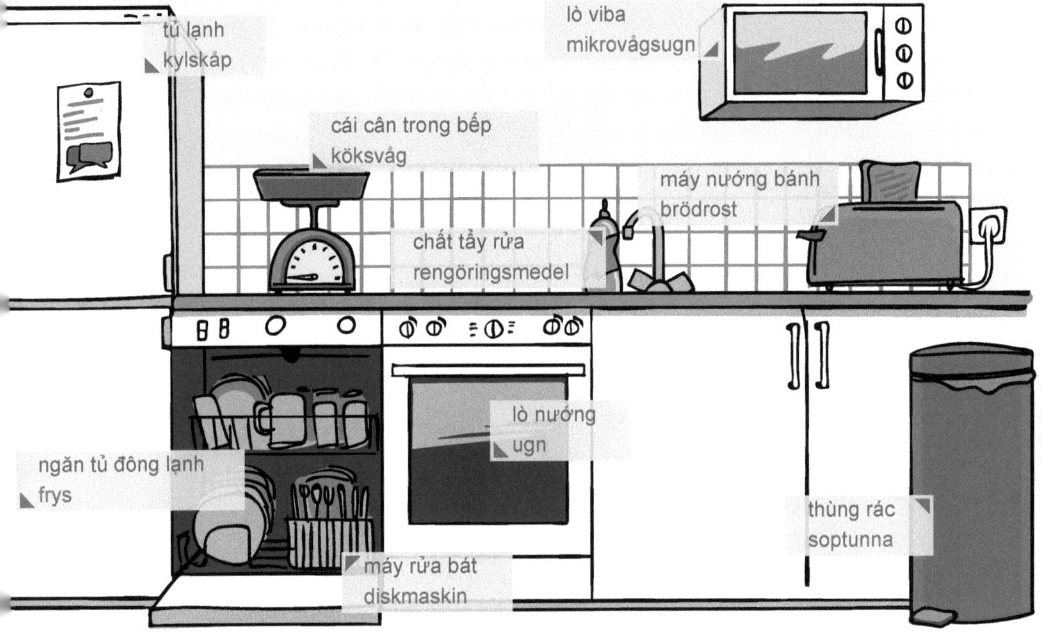

lò nấu

spis

nồi

kastrull

nồi sắt

järngryta

chảo

wok / kadai

chảo

stekpanna

ấm đun nước

vattenkokare

nồi đun hơi

ångkokare

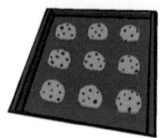

khay lò nướng

bakplåt

bát đĩa

porslin

cốc

mugg

cái bát

skål

đũa

ätpinnar

cái vá

soppslev

bàn xẻng

stekspade

que đánh kem

visp

rây dùng trong bếp

durkslag

cái rây lọc

sil

cái nạo

rivjärn

vữa

mortel

vỉ nướng

grill

ngọn lửa trần

brasa

cái thớt

skärbräda

trục cán bột

kavel

cái mở nút chai

korkskruv

vỏ đồ hộp

burk

cái mở vỏ đồ hộp

burköppnare

miếng nhắc nồi

grytlapp

bồn rửa bát

vask

bàn chải

borste

miếng xốp

svamp

máy xay

mixer

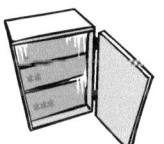

tủ đông lạnh

frys

bình sữa cho trẻ sơ sinh

nappflaska

vòi nước

kran

phòng tắm

badrum

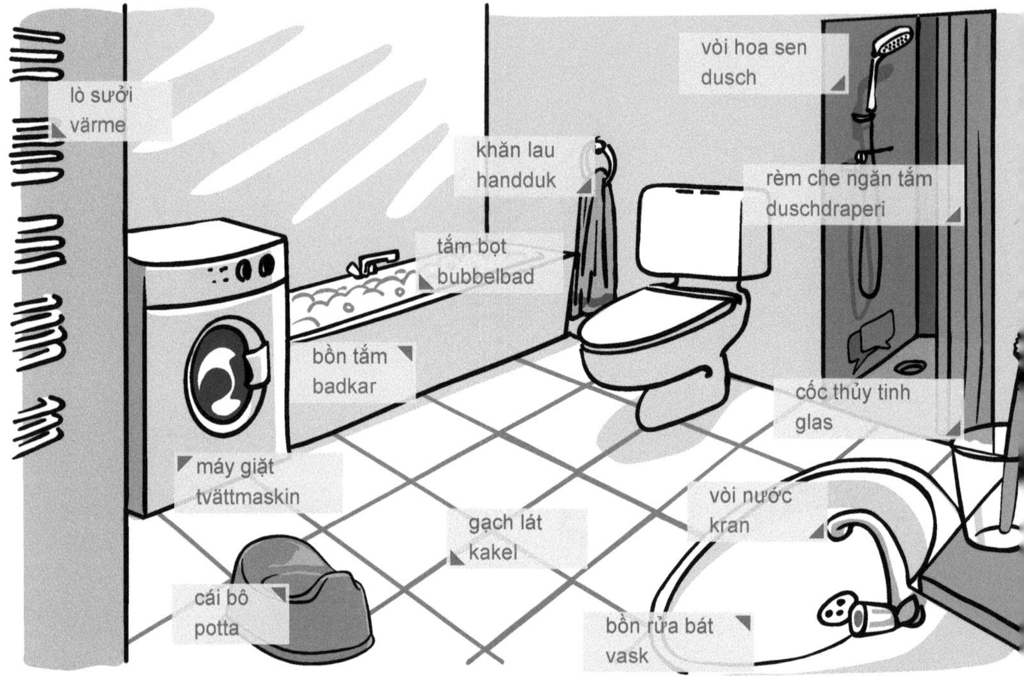
lò sưởi
värme
khăn lau
handduk
vòi hoa sen
dusch
rèm che ngăn tắm
duschdraperi
tắm bọt
bubbelbad
bồn tắm
badkar
cốc thủy tinh
glas
máy giặt
tvättmaskin
vòi nước
kran
gạch lát
kakel
cái bô
potta
bồn rửa bát
vask

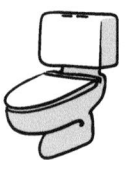

bồn cầu

toalett

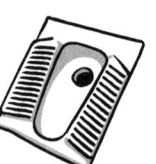

bồn cầu ngồi xổm

låg toalett

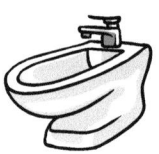

bồn rửa hậu môn

bidet

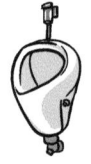

bồn tiểu tiện

pissoar

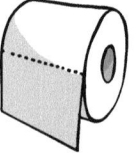

giấy vệ sinh

toalettpapper

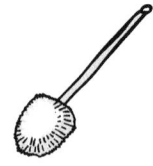

bàn chải cọ bồn cầu

toalettborste

bàn chải đánh răng

tandborste

kem đánh răng

tandkräm

chỉ nha khoa

tandtråd

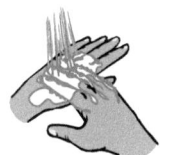

rửa

tvätta

vòi sen cầm tay

handdusch

vòi rửa hậu môn

intimdusch

bồn rửa

handfat

bàn chải cọ lưng

ryggborste

xà phòng

tvål

sữa tắm

duschgel

dầu gội

schampo

khăn cọ để tắm

trasa

lỗ thoát nước

avlopp

kem

crème

chất khử mùi

deodorant

gương

spegel

gương tay

handspegel

dao cạo râu

rakhyvel

kem cạo râu

raklödder

nước thơm dùng sau khi cạo râu

rakvatten

cái lược

kam

bàn chải

borste

máy xấy tóc

hårtork

keo xịt tóc

hårspray

đồ trang điểm

smink

thỏi son môi

läppstift

sơn bôi móng

nagellack

bông

bomullsvadd

kéo cắt móng

nagelsax

nước hoa

parfym

túi đựng đồ tắm
necessär

ghế đẩu
pall

cái cân
våg

áo choàng tắm
badrock

găng tay làm vệ sinh
gummihandskar

nút gạc
tampong

băng vệ sinh
binda

nhà vệ sinh hóa chất
kemisk toalett

phòng trẻ em
barnrum

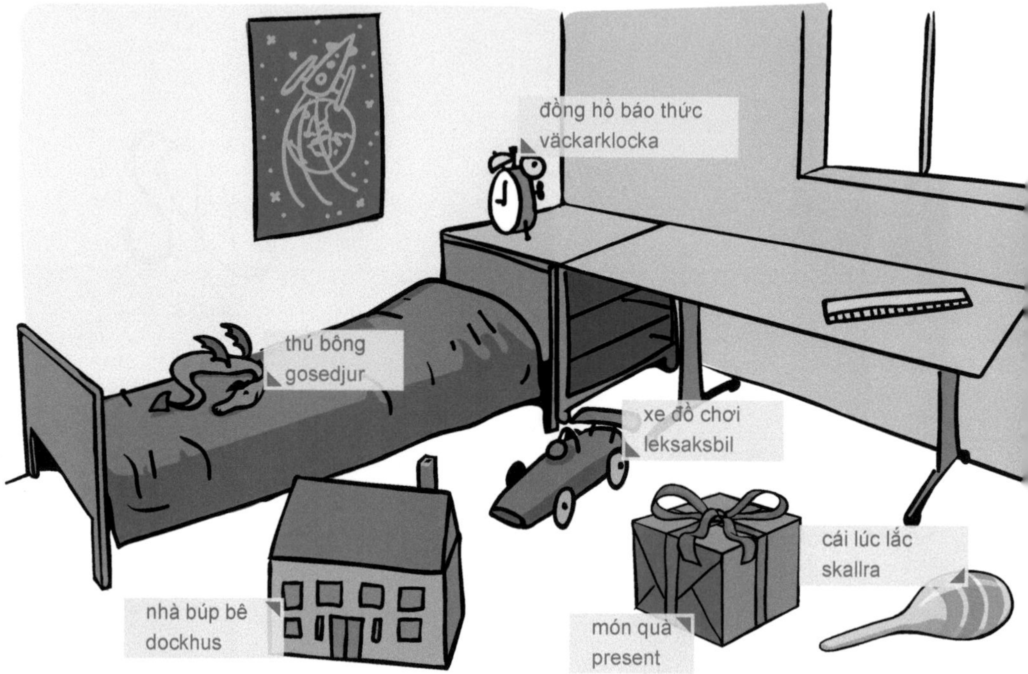

đồng hồ báo thức
väckarklocka
thú bông
gosedjur
xe đồ chơi
leksaksbil
cái lúc lắc
skallra
nhà búp bê
dockhus
món quà
present

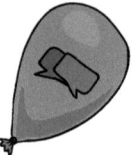

bong bóng
ballong

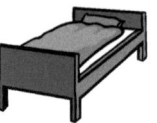

giường
säng

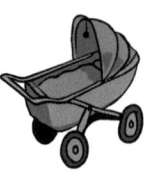

xe nôi
barnvagn

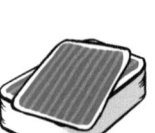

trò chơi bài
kortlek

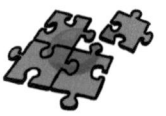

trò chơi ghép hình
pussel

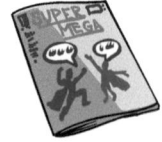

truyện tranh
serietidning

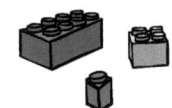

gạch Lego

legobitar

khối xếp hình

klossar

nhân vật hành động

actionfigur

áo liền quần cho trẻ sơ sinh

sparkdräkt

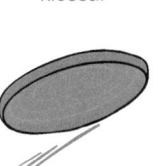

đĩa nhựa để ném

frisbee

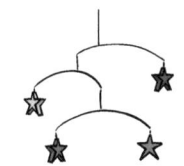

đồ chơi treo trên giường

mobil

trò chơi cờ bàn

brädspel

xúc xắc

tärning

đồ chơi xe lửa mô hình

modelljärnväg

ti giả

napp

buổi tiệc

party

sách tranh

bilderbok

quả bóng

boll

búp bê

docka

chơi

spela

hố cát

sandlåda

cái đu

gunga

đồ chơi

leksaker

máy chơi game cầm tay

spelkonsol

xe ba bánh

trehjuling

gấu bông

nalle

tủ quần áo

garderob

y phục
kläder

bít tất

sockar

bít tất dài

strumpor

quần tất

tights

khăn choàng cổ
halsduk

ô che mưa
paraply

áp phông
t-shirt

dây thắt lưng
bälte

ủng
stövlar

dép đi trong nhà
tofflor

giày sneaker
sneakers

dép xăng đan	giày	ủng cao su
sandaler	skor	gummistövlar

quần lót	áo ngực	áo vest
underbyxor	BH	linne

y phục - kläder

45

áo ôm sát cơ thể
....
body

quần dài
....
byxor

quần bò
....
jeans

váy
....
kjol

áo cánh
....
blus

áo sơ mi
....
skjorta

áo len chui đầu
....
pullover

áo len
....
sweater

áo blazer
....
blazer

áo jacket
....
jacka

áo khoác
....
kappa

áo mưa
....
regnjacka

trang phục
....
dräkt

áo váy
....
klänning

áo cưới
....
bröllopsklänning

bộ com lê

kostym

áo ngủ

nattlinne

pijama

pyjamas

trang phục sari

sari

khăn trùm đầu

slöja

khăn đội đầu

turban

áo burka

burka

áo captan

kaftan

áo aba

abaya

quần áo bơi

baddräkt

quần bơi

badbyxor

quần đùi

shorts

quần áo tracksuit

träningsoverall

tạp dề

förkläde

găng tay

handskar

cái cúc

knapp

kính mắt

glasögon

vòng đeo tay

armband

vòng cổ

halsband

nhẫn

ring

hoa tai

örhänge

mũ lưỡi trai

mössa

cái mắc treo áo quần

galge

mũ

hatt

cà vạt

slips

dây kéo phéc mơ tuya

dragkedja

mũ bảo hiểm

hjälm

dây đeo quần

hängslen

đồng phục học sinh

skoluniform

đồng phục

uniform

yếm trẻ em
....
haklapp

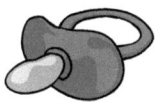

ti giả
....
napp

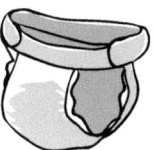

tã lót
....
blöja

văn phòng
kontor

máy chủ
server

tủ hồ sơ
dokumentskåp

máy in
skrivare

màn hình
bildskärm

giấy
papper

bàn làm việc
skrivbord

chuột máy tính
mus

thư mục
mapp

bàn phím
tangentbord

thùng rác giấy
papperskorg

máy tính
dator

ghế
stol

cốc cà phê
....
kaffemugg

máy tính bỏ túi
....
miniräknare

internet
....
internet

laptop

bärbar dator

thư

brev

tin nhắn

meddelande

điện thoại di động

mobiltelefon

mạng

nätverk

máy photocopy

kopieringsapparat

phần mềm

programvara

điện thoại

telefon

ổ cắm điện

vägguttag

máy fax

fax

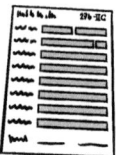

mẫu đơn

blankett

chứng từ

dokument

mua

köpa

trả tiền

betala

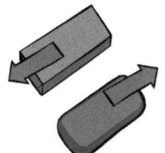

buôn bán

handla

tiền

pengar

USD

đô la

dollar

EUR

Euro

euro

JPY

yên

yen

RUB

rúp

rubel

CHF

franc Thụy Sĩ

schweizisk franc

CNY

nhân dân tệ

renminbi yan

INR

rupi

rupie

máy rút tiền tự động

bankomat

quầy đổi tiền

växelkontor

vàng

guld

bạc

silver

dầu

olja

năng lượng

energi

giá tiền

pris

hợp đồng

kontrakt

thuế

skatt

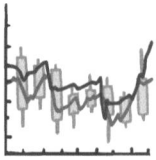

cổ phiếu

aktie

làm việc

arbeta

nhân viên

anställd

chủ lao động

arbetsgivare

nhà máy

fabrik

cửa hiệu

affär

nghề nghiệp
yrken

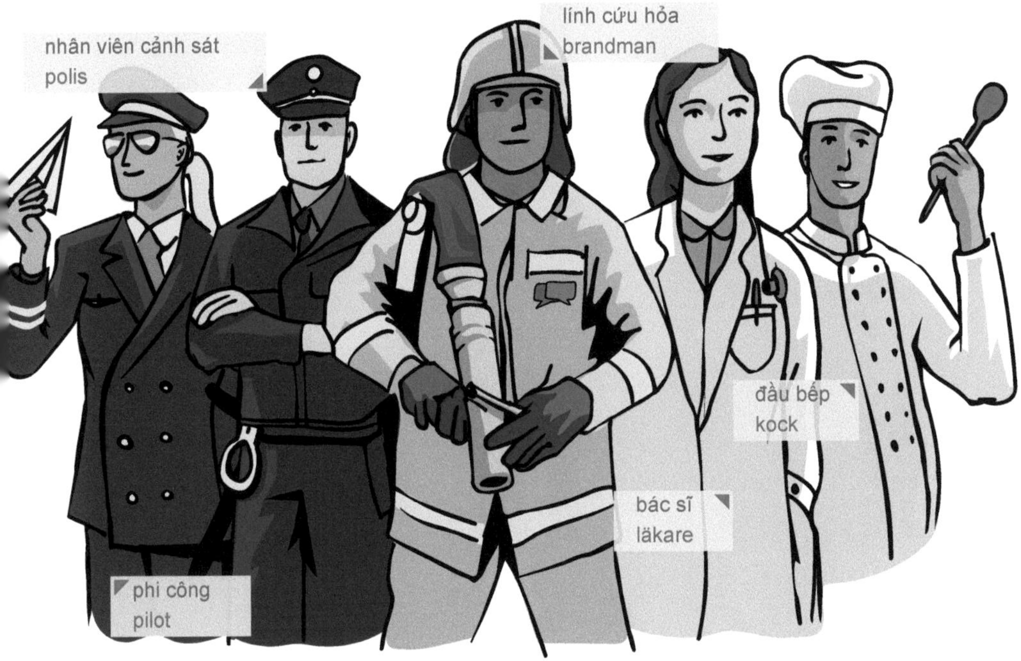
nhân viên cảnh sát
polis
lính cứu hỏa
brandman
đầu bếp
kock
bác sĩ
läkare
phi công
pilot

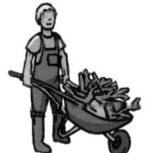

người làm vườn

trädgårdsmästare

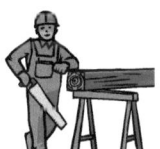

thợ mộc

snickare

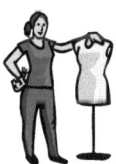

thợ may

sömmerska

chánh án

domare

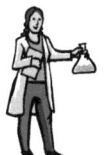

nhà hóa học

kemist

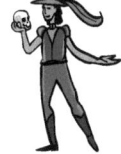

diễn viên

skådespelare

tài xế xe buýt

busschaufför

người lái taxi

taxichaufför

ngư dân

fiskare

người lau dọn vệ sinh

städerska

thợ lợp mái nhà

takläggare

bồi bàn

servitör

thợ săn

jägare

họa sĩ

målare

thợ làm bánh

bagare

thợ điện

elektriker

thợ xây dựng

byggarbetare

kỹ sư

ingenjör

người hàng thịt

slaktare

thợ sửa ống nước

rörmokare

người đưa thư

brevbärare

người lính
soldat

kiến trúc sư
arkitekt

nhân viên thu ngân
kassör

người bán hoa
florist

thợ cắt tóc
frisör

nhân viên soát vé
konduktör

thợ cơ khí
mekaniker

thuyền trưởng
kapten

nha sĩ
tandläkare

nhà khoa học
vetenskapsman

giáo sĩ Do thái
rabbin

lãnh tụ Hồi giáo
imam

nhà sư
munk

mục sư
präst

dụng cụ
verktyg

cây búa
hammare
kìm
tång
tua vít
skruvmejsel
cờ lê
skiftnyckel
đèn pin
ficklampa

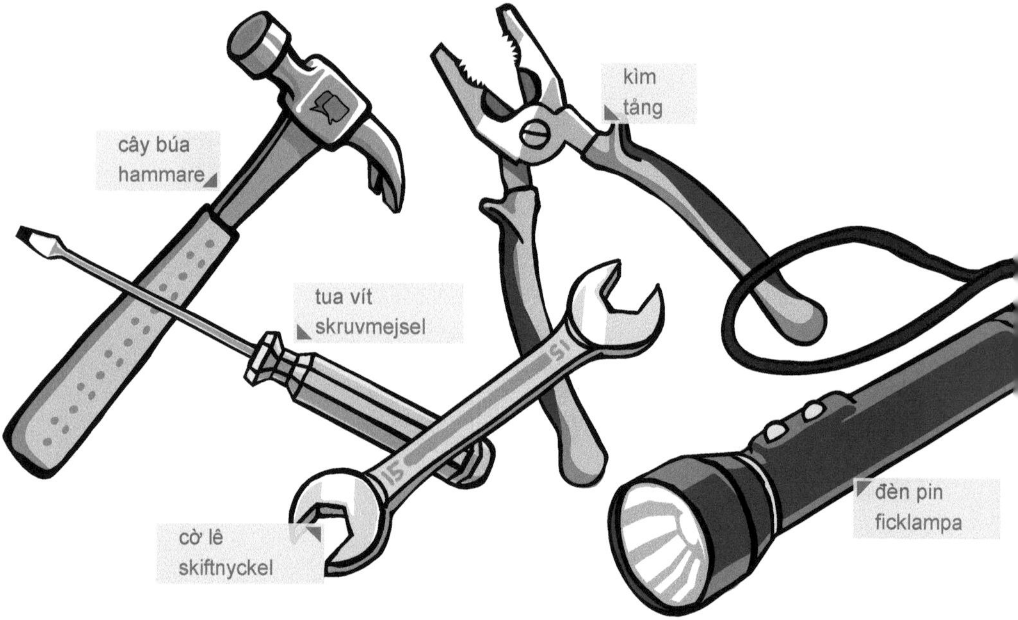

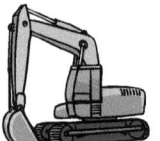

máy xúc đất

grävmaskin

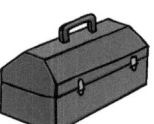

hộp dụng cụ

verktygslåda

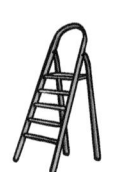

cái thang

stege

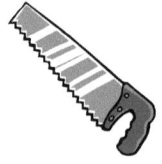

cưa

såg

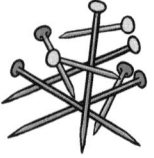

đinh

spik

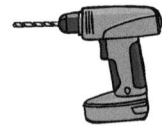

máy khoan

borr

sửa chữa

reparera

cái xẻng

spade

khốn nạn!

Helvete!

cái hót rác

sopskyffel

thùng sơn

färgburk

vít

skruvar

nhạc cụ
musikinstrument

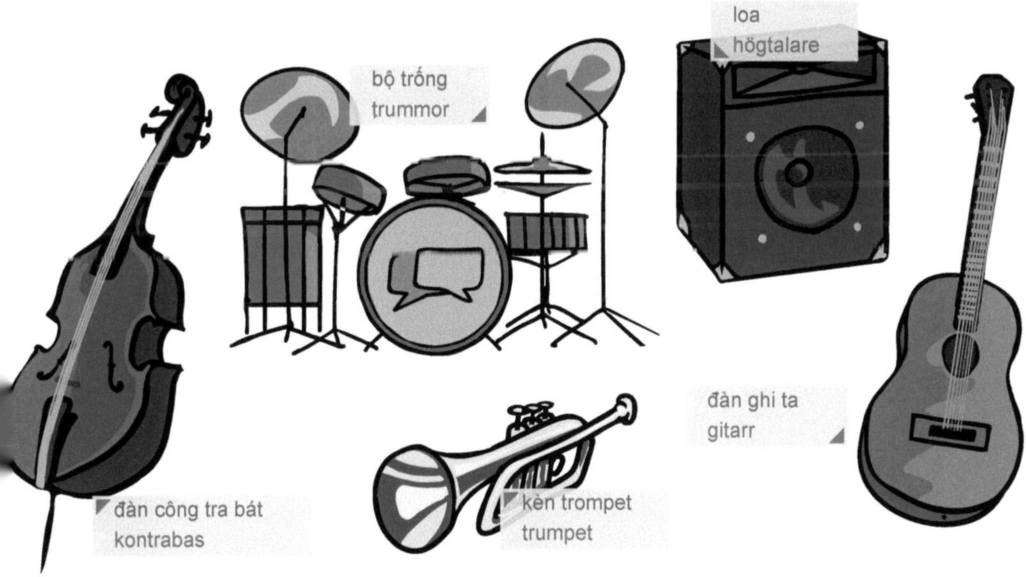

bộ trống
trummor

loa
högtalare

đàn ghi ta
gitarr

đàn công tra bát
kontrabas

kèn trompet
trumpet

đàn piano

piano

đàn vĩ cầm

violin

ghi ta bass

bas

trống định âm

timpani

trống

trumma

đàn organ

keyboard

kèn Saxophone

saxofon

sáo

flöjt

micro

mikrofon

vườn bách thú

ZOO

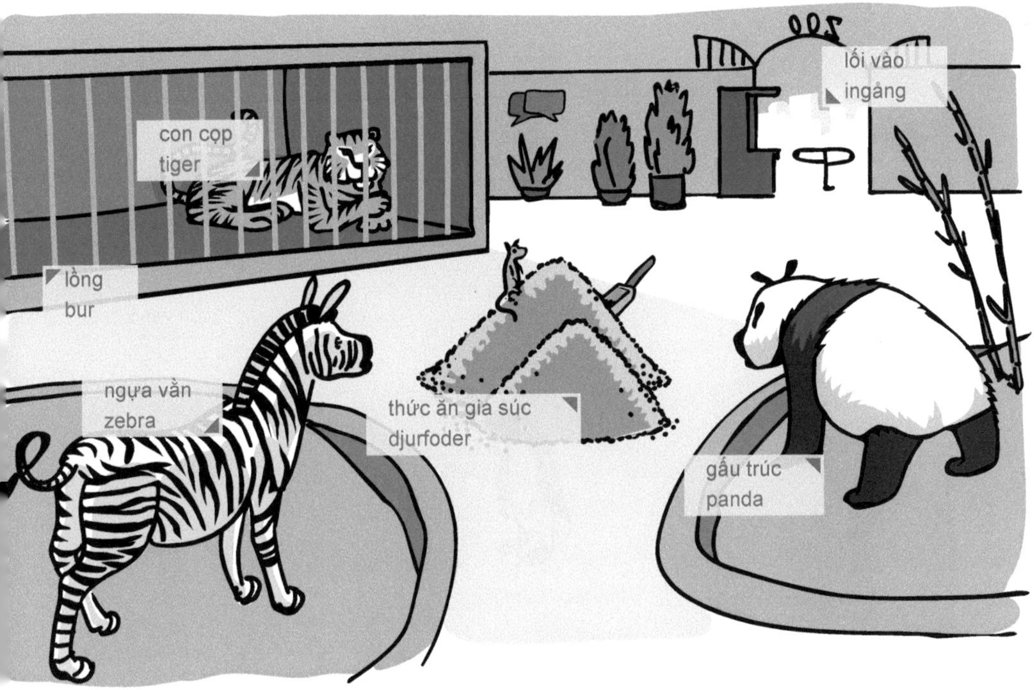

lối vào
ingång
con cọp
tiger
lồng
bur
ngựa vằn
zebra
thức ăn gia súc
djurfoder
gấu trúc
panda

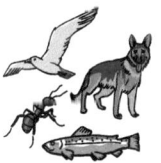

động vật

djur

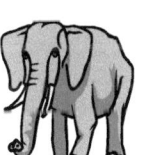

con voi

elefant

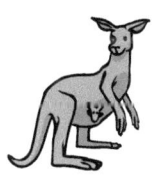

chuột túi

känguru

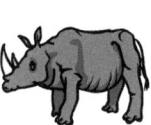

tê giác

noshörning

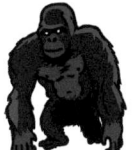

khỉ đột

gorilla

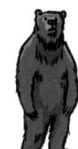

con gấu

björn

lạc đà
kamel

đà điểu
struts

sư tử
lejon

con khỉ
apa

hồng hạc
flamingo

con vẹt
papegoja

gấu bắc cực
isbjörn

chim cánh cụt
pingvin

cá mập
haj

con công
påfågel

con rắn
orm

cá sấu
krokodil

người trông giữ vườn bách
thú
djurskötare

hải cẩu
säl

báo đốm
jaguar

ngựa lùn
ponny

con báo
leopard

hà mã
flodhäst

hươu cao cổ
giraff

đại bàng
örn

heo rừng
vildsvin

cá
fisk

con rùa
sköldpadda

hải mã
valross

con cáo
räv

linh dương
gazell

bóng bầu dục Mỹ
amerikansk fotboll

đua xe đạp
cykling

quần vợt
tennis

bóng rổ
basket

bơi
simning

khúc côn cầu trên băng
ishockey

đấm bốc
boxning

bóng đá
fotboll

cầu lông
badminton

điền kinh
friidrott

bóng ném
handboll

trượt tuyết
skidåkning

polo
polo

các hoạt động
aktiviteter

nhảy
hoppa
ca hát
sjunga
ôm
krama
cười
skratta
đi bộ
gå
mơ
drömma
cầu nguyện
be
hôn
kyssa

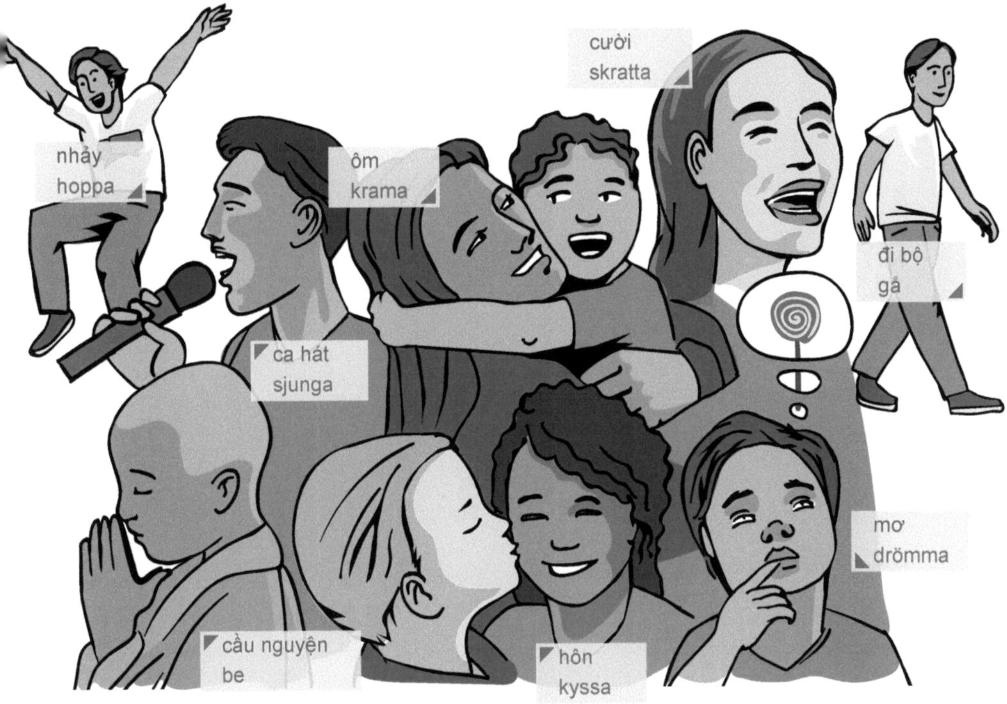

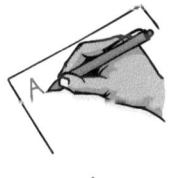

viết

skriva

vẽ

rita

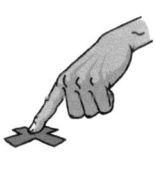

chỉ trỏ

visa

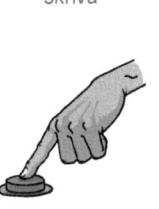

đẩy

skjuta

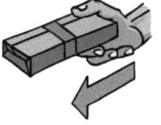

cho

ge

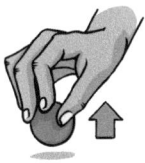

lấy đi

ta

có
....
hagel

làm
....
göra

thì / là
....
vara

đứng
....
stå

chạy
....
springa

kéo
....
dra

ném
....
kasta

rơi
....
falla

nằm
....
ligga

chờ đợi
....
vänta

mang vác
....
bära

ngồi
....
sitta

mặc quần áo
....
klä på

ngủ
....
sova

thức dậy
....
vakna

xem

se på

khóc

gråta

vuốt ve

smeka

chải

kamma

nói chuyện

prata

hiểu

förstå

câu hỏi

fråga

nghe

höra

uống

dricka

ăn

äta

dọn dẹp

städa

yêu

älska

nấu nướng

laga mat

lái xe

köra

bay

flyga

đi thuyền buồm

segla

tính toán

räkna

đọc

läsa

học

lära sig

làm việc

arbeta

cưới

gifta sig

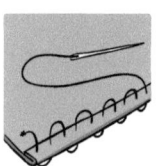

khâu vá

sy

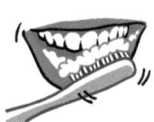

đánh răng

borsta tänderna

giết

döda

hút thuốc

röka

gửi đi

skicka

à nội (ngoại)
ormor/farmor

ông nội (ngoại)
morfar/farfar

cha
pappa

mẹ
mamma

trẻ con
baby

con gái
dotter

con trai
son

khách

gäst

cô (dì)

moster/faster

chú, bác (cậu)

farbror/morbror

anh (em) trai

bror

chị (em) gái

syster

cơ thể
kropp

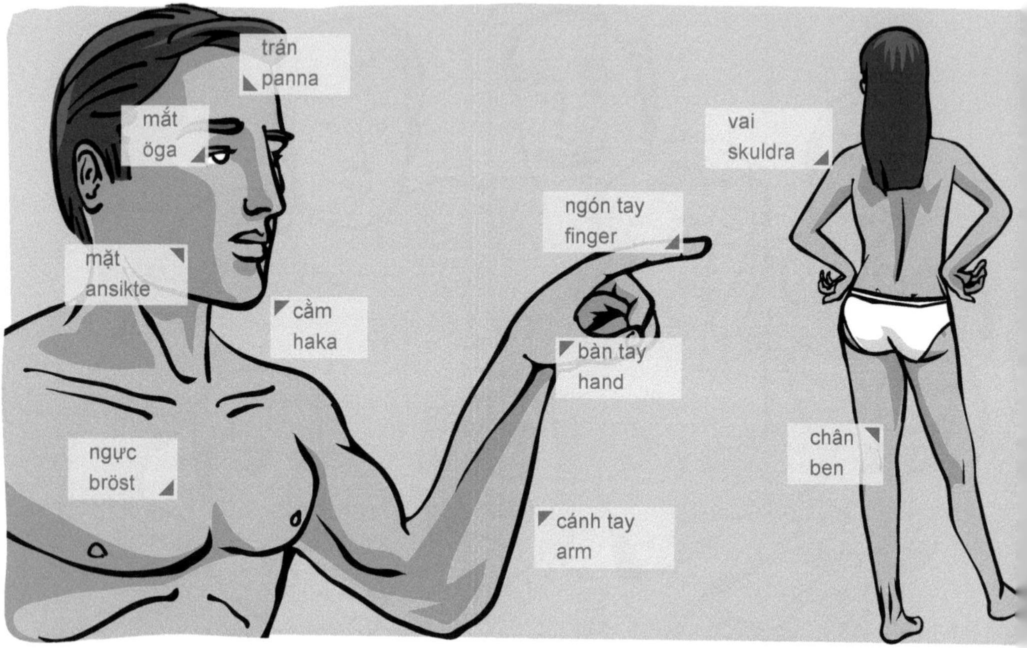

trán
panna

mắt
öga

vai
skuldra

ngón tay
finger

mặt
ansikte

cằm
haka

bàn tay
hand

chân
ben

ngực
bröst

cánh tay
arm

trẻ con

baby

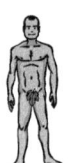

đàn ông

man

phụ nữ

kvinna

bé gái

flicka

bé trai

pojke

đầu

huvud

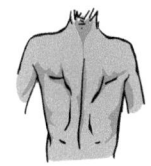

lưng
rygg

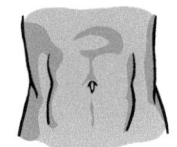

bụng
mage

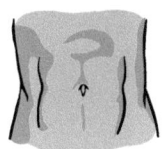

rốn
navel

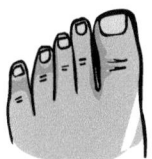

ngón chân
tå

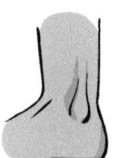

gót chân
häl

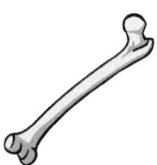

xương
ben

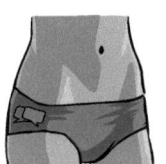

hông
höft

đầu gối
knä

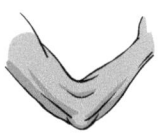

khuỷu tay
armbåge

mũi
näsa

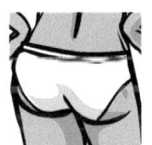

mông
stjärt

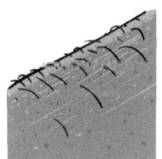

da
hud

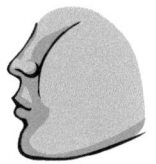

má
kind

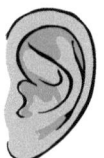

tai
öra

môi
läpp

miệng
mun

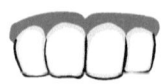

răng
tand

lưỡi
tunga

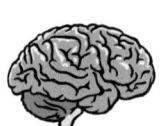

não
hjärna

tim
hjärta

cơ bắp
muskel

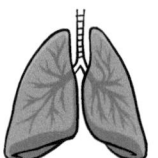

phổi
lunga

gan
lever

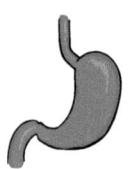

dạ dày
magsäck

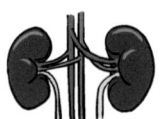

thận
njurar

giao hợp
sex

bao cao su
kondom

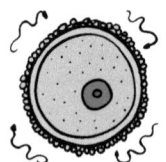

noãn
äggcell

tinh dịch
sperma

mang thai
graviditet

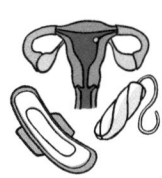

kinh nguyệt

menstruation

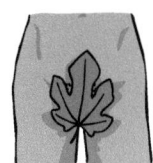

âm vật

vagina

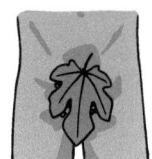

dương vật

penis

lông mày

ögonbryn

tóc

hår

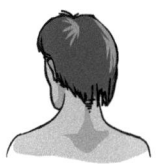

cổ

nacke

bệnh viện
sjukhus

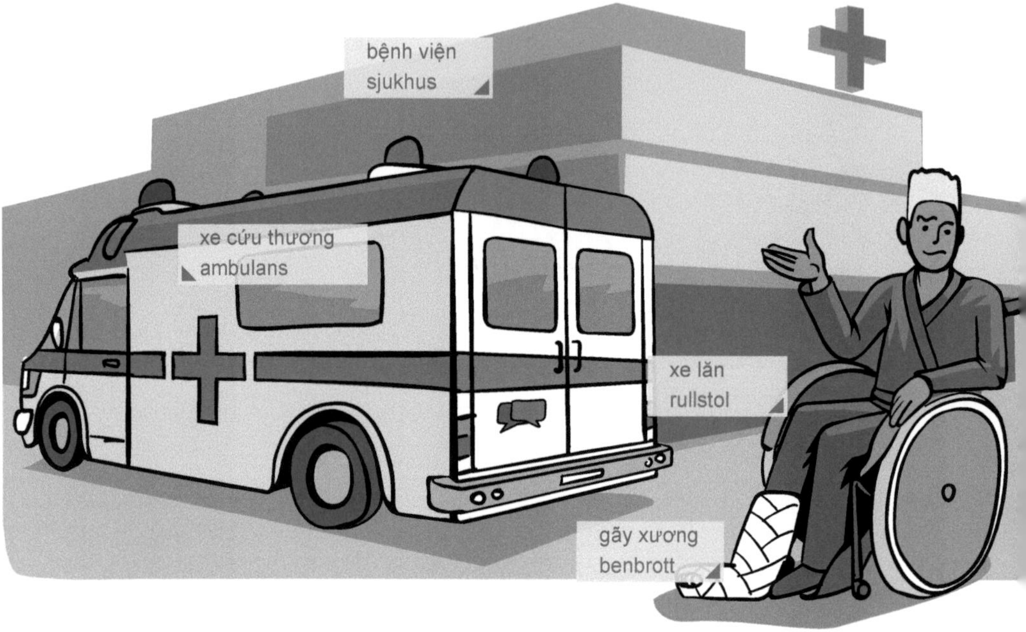

bệnh viện
sjukhus
xe cứu thương
ambulans
xe lăn
rullstol
gãy xương
benbrott

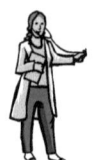

bác sĩ

läkare

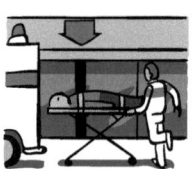

phòng cấp cứu

akutmottagning

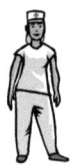

y tá

sjuksköterska

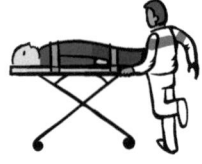

cấp cứu

nödsituation

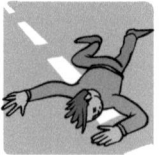

bất tỉnh

medvetslös

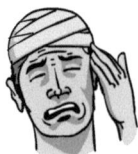

cơn đau

smärta

bị thương

skada

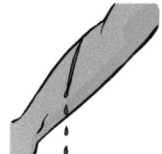

chảy máu

blödning

nhồi máu cơ tim

hjärtattack

đột quỵ

slaganfall

dị ứng

allergi

ho

hosta

sốt

feber

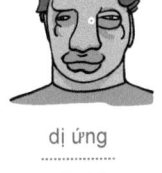

cúm

influensa

tiêu chảy

diarré

đau đầu

huvudvärk

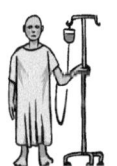

ung thư

cancer

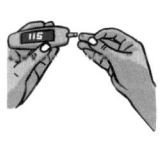

bệnh tiểu đường

diabetes

bác sĩ phẫu thuật

kirurg

dao mổ

skalpell

giải phẫu

operation

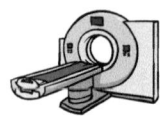

chụp cắt lớp

CT

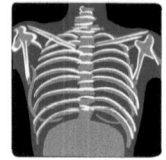

chụp x-quang

röntgen

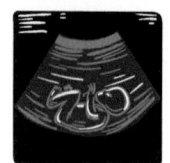

siêu âm

ultraljud

mặt nạ

ansiktsmask

bệnh

sjukdom

phòng đợi

väntsal

cái nạng

krycka

băng dán vết thương

plåster

băng bó

bandage

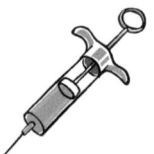

tiêm thuốc

injektion

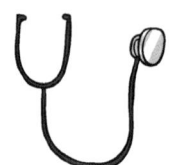

ống nghe khám bệnh

stetoskop

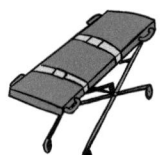

băng ca

bår

nhiệt kế

termometer

sinh đẻ

födsel

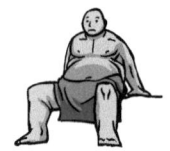

thừa cân

övervikt

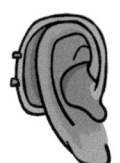

máy trợ thính

hörapparat

chất khử trùng

desinfektionsmedel

nhiễm trùng

infektion

vi rút

virus

HIV / AIDS

HIV / AIDS

thuốc

medicin

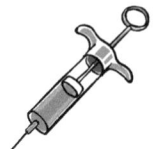

tiêm chủng

vaccination

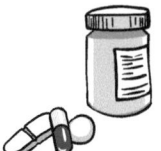

thuốc viên

tabletter

viên thuốc

p-piller

gọi cấp cứu

nödsamtal

máy đo huyết áp

blodtrycksmätare

bệnh / khỏe mạnh

sjuk / frisk

cứu!

Hjälp!

báo động

alarm

cuộc đột kích

överfall

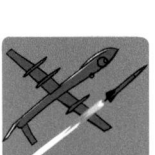

sự tấn công

misshandel

mối nguy hiểm

fara

lối thoát hiểm

nödutgång

cháy!

Det brinner!

bình chữa cháy

brandsläckare

tai nạn

olycka

bộ dụng cụ sơ cứu

förbandslåda

SOS

SOS

cảnh sát

polis

châu Âu

Europa

Bắc Mỹ

Nordamerika

Nam Mỹ

Sydamerika

châu Phi

Afrika

châu Á

Asien

châu Úc

Australien

Đại Tây Dương

Atlanten

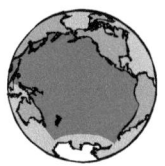

Thái Bình Dương

Stilla Havet

Ấn Độ Dương

Indiska Oceanen

Nam Cực Dương

Antarktiska Oceanen

Bắc Băng Dương

Arktiska Oceanen

bắc cực

Nordpol

nam cực

Sydpol

nam cực

Antarktis

trái đất

Jorden

đất liền

land

biển

hav

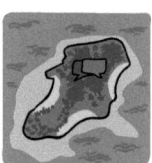

đảo

ö

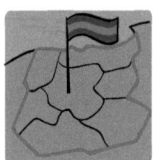

quốc gia

nation

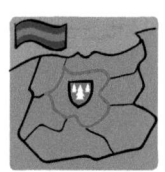

nhà nước

stat

mặt đồng hồ

urtavla

kim chỉ giờ

timvisare

kim chỉ phút

minutvisare

kim chỉ giây

sekundvisare

Bây giờ là mấy giờ?

Vad är klockan?

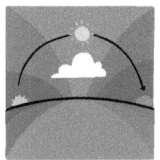

ngày

dag

thời gian

tid

bây giờ

nu

đồng hồ điện tử

digital klocka

phút

minut

giờ

timme

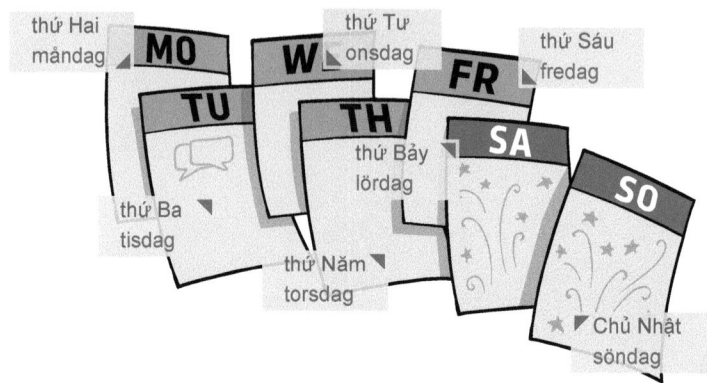

thứ Hai
måndag

thứ Tư
onsdag

thứ Sáu
fredag

thứ Ba
tisdag

thứ Bảy
lördag

thứ Năm
torsdag

Chủ Nhật
söndag

hôm qua

igår

hôm nay

idag

ngày mai

imorgon

buổi sáng

morgon

buổi trưa

middag

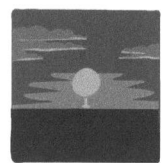

buổi tối

kväll

MO	TU	WE	TH	FR	SA	SU
1	2	3	4	5	6	7
8	9	10	11	12	13	14
15	16	17	18	19	20	21
22	23	24	25	26	27	28
29	30	31	1	2	3	4

ngày làm việc

vardagar

MO	TU	WE	TH	FR	SA	SU
1	2	3	4	5	6	7
8	9	10	11	12	13	14
15	16	17	18	19	20	21
22	23	24	25	26	27	28
29	30	31	1	2	3	4

cuối tuần

helg

năm
år

mưa
regn
cầu vồng
regnbåge
gió
vind
tuyết
snö
mùa xuân
vår
mùa hè
sommar
mùa thu
höst
mùa đông
vinter

4.APRIL 11°
5.APRIL 4°
6.APRIL 13°
7.APRIL 8°
8.APRIL 10°

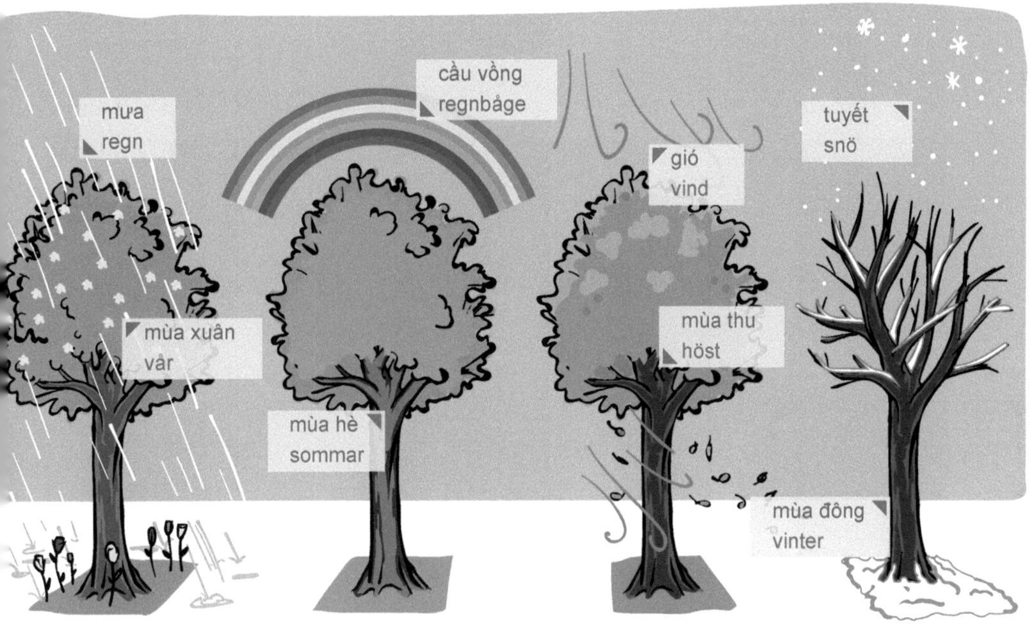

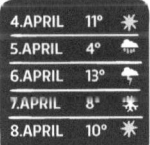

dự báo thời tiết

väderprognos

F
C
120
90
60
30
0
-30
40
30
20
10
0
10
-20

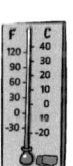

nhiệt kế

termometer

ánh nắng

solsken

mây

moln

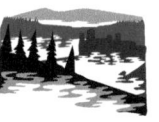

sương mù

dimma

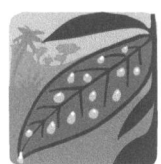

độ ẩm không khí

luftfuktighet

tia chớp

blixt

sấm sét

åska

cơn bão

storm

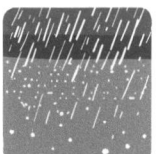

mưa đá

hagel

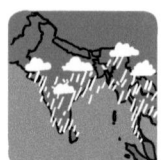

gió mùa

monsun

lũ lụt

översvämning

nước đá

is

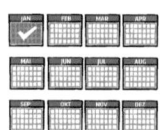

tháng Một

januari

tháng Hai

februari

tháng Ba

mars

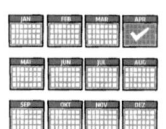

tháng Tư

april

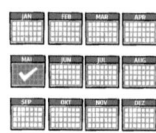

tháng Năm

maj

tháng Sáu

juni

tháng Bảy

juli

tháng Tám

augusti

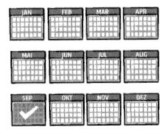

tháng Chín
september

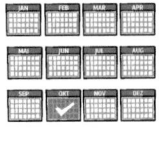

tháng Mười
oktober

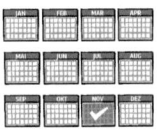

tháng Mười Một
november

tháng Mười Hai
december

hình dạng
former

hình tròn
cirkel

hình vuông
kvadrat

hình chữ nhật
rektangel

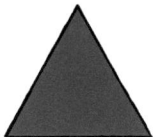

hình tam giác
triangel

hình cầu
sfär

khối vuông
kub

màu trắng

vit

màu vàng

gul

màu cam

orange

màu hồng

rosa

màu đỏ

röd

màu tím

lila

màu xanh dương

blå

màu xanh lá cây

grön

màu nâu

brun

màu xám

grå

màu đen

svart

nhiều / ít

mycket / lite

tức tối / điềm tĩnh

arg / lugn

xinh đẹp / xấu xí

vacker / ful

bắt đầu / kết thúc

början / slut

to / nhỏ

stor / liten

sáng / tối

ljus / mörk

anh (em) trai / chị (em) gái

bror / syster

sach / bẩn

ren / smutsig

đủ / thiếu

komplett / ofullständig

ngày / đêm

dag / natt

chết / sống

död / levande

rộng / chật hẹp

bred / smal

ăn được / không ăn được

ätlig / oätlig

ác / tử tế

ond / god

hào hứng / chán nản

upphetsad / uttråkad

béo / gầy

tjock / smal

đầu tiên / cuối cùng

först / sist

bạn / thù

vän / fiende

đầy / rỗng

full / tom

cứng / mềm

hård / mjuk

nặng / nhẹ

tung / lätt

đói / khát

hunger / törst

bệnh / khỏe mạnh

sjuk / frisk

bất hợp pháp / hợp pháp

olaglig / laglig

thông minh / ngu

intelligent / dum

trái / phải

vänster / höger

gần / xa

nära / långt bort

mới / cũ

ny / begagnad

không có gì cả / có cái gì đó

inget / något

già / trẻ

gammal / ung

bật / tắc

på / av

mở / đóng

öppen / stängd

im lặng / ồn ào

tyst / högljudd

giàu / nghèo

rik / fattig

đúng / sai

rätt / fel

sần sùi / mịn màng

grov / slät

buồn / vui

ledsen / glad

ngắn / dài

kort / lång

chậm / nhanh

långsam / snabb

ẩm ướt / khô ráo

våt / torr

ấm áp / mát mẻ

varm / sval

chiến tranh / hòa bình

krig / fred

đối lập - motsatser

0

số không

noll

1

một

ett

2

hai

två

3

ba

tre

4

bốn

fyra

5

năm

fem

6

sáu

sex

7

bảy

sju

8

tám

åtta

9

chín

nio

10

mười

tio

11

mười một

elva

12

mười hai

tolv

13

mười ba

tretton

14

mười bốn

fjorton

15

mười lăm

femton

16

mười sáu

sexton

17

mười bảy

sjutton

18

mười tám

arton

19

mười chín

nitton

20

hai mươi

tjugo

100

một trăm

hundra

1.000

một ngàn

tusen

1.000.000

một triệu

miljon

tiếng Anh

engelska

tiếng Anh Mỹ

amerikansk engelska

tiếng Quan Thoại

kinesisk mandarin

tiếng Hin-di

hindi

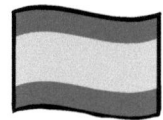

tiếng Tây Ban Nha

spanska

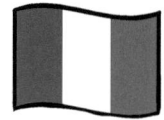

tiếng Pháp

franska

tiếng Ả-rập

arabiska

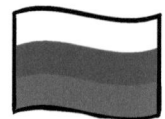

tiếng Nga

ryska

tiếng Bồ Đào Nha

portugisiska

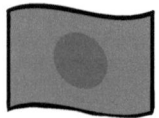

tiếng Bengal

bengali

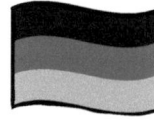

tiếng Đức

tyska

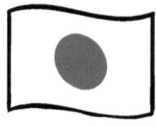

tiếng Nhật

japanska

tôi

jag

bạn

du

anh ta / cô ta / nó

han / hon / den (det)

chúng tôi

vi

các bạn

ni

họ

de

ai?

vem?

cái gì?

vad?

như thế nào?

hur?

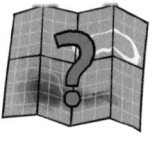

ở đâu?

var?

lúc nào?

när?

tên

namn

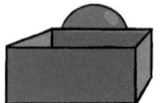

phía sau

bakom

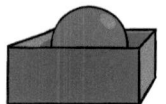

ở trong

i

phía trước

framför

phía trên

över

ở trên

på

ở dưới

under

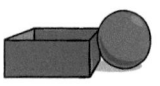

bên cạnh

bredvid

ở giữa

mellan

chỗ

plats